गौतम बुद्धाचे आर्थिक विचार

डॉ. रक्षित मदन बागडे

ISBN 978-93-5610-131-9
© Dr. Rakshit Madan Bagde 2022
Published in India 2022 by Pencil

A brand of
One Point Six Technologies Pvt. Ltd.
123, Building J2, Shram Seva Premises,
Wadala Truck Terminal, Wadala (E)
Mumbai 400037, Maharashtra, INDIA
E connect@thepencilapp.com
W www.thepencilapp.com

Author biography

डॉ. रक्षित मदन बागडे, सहायक प्राध्यापक आणि अर्थशास्त्र विभाग प्रमुख, स्व. मन्सारामजी पडोळे कला महाविद्यालय, गणेशपूर, भंडारा येथे कार्यरत आहेत. सण 2010 पासून अर्थशास्त्र विषयाचे अध्यापनाचे कार्य सुरु. लेखकाचे शिक्षण- एम.ए.,एम. फील.,नेट-जे.आर.एफ., पीएच. डी. अर्थशास्त्र विषयात उत्तीर्ण आहेत.एम.ए. डॉ. आंबेडकर विचारधारा आणि समाजशास्त्रात पास केलेले आहे. एम.ए. डॉ. आंबेडकर विचारधारा विषयात विद्यापीठातून प्रथम आल्याबद्दल 5 सुवर्ण पदक प्राप्त झाले. लेखकांचे आतापर्यंत 4 पुस्तके प्रकाशित झालेली आहेत. आपल्या

शैक्षणिक कार्यकाळात आतापर्यंत 15 राष्ट्रीय परिषदांमध्ये भाग घेतलेला असून त्यातील 6 परिषदांमध्ये लेख प्रकाशित झालेले आहेत. आंतरराष्ट्रीय स्तरावरील 4 परिषदांमध्ये लेख प्रकाशित झालेले आहेत.

CONTENTS

बुद्धकालीन आर्थिक व्यवस्था-................15

सम्यक आजीविका-................23

संपत्ती विषयक विचार-................28

कृषी विषयक विचार-................35

व्यापार विषयक विचार-................43

चलन आणि वजन माप-................53

श्रम विषयक विचार-................55

संपत्ती दान विषयक विचार-................58

भूख व दारिद्य विषयक विचार-................64

समाजवाद-................67

Bibliography 70

Epigraph

"बुद्धाचे सामाजिक योगदान अमूल्य असे आहे.

त्याचबरोबर बुद्धाच्या आर्थिक विचारांची ओडख करून घेणे हा या ग्रंथाचा उद्देश आहे."

डॉ. रक्षित मदन बागडे

Foreword

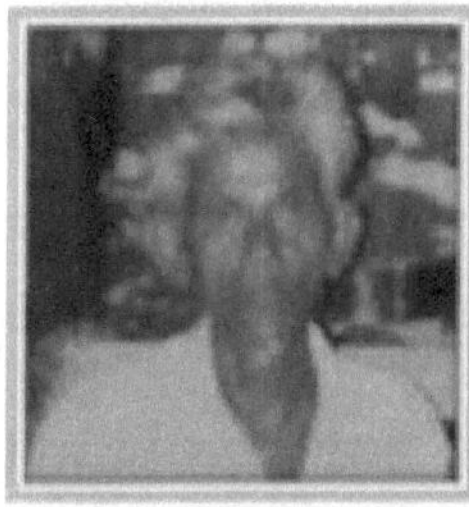

स्वर्गीय. एकनाथजी ग. बन्सोड

स्वर्गीय. मैनाबाई एकनाथजी बन्सोड

Preface

आर्थिक व्यवस्था ही सामाजिक विकासाची आधारशीला आहे. मानवी सभ्यतेच्या उत्तरोत्तर विकासाच्या मुळात त्याची आर्थिक व्यवस्थाच राहिली आहे. एखादा देश, समाज किंवा जातीची; सामाजिक, राजनैतिक आणि सांस्कृतिक उन्नती मुख्यतः त्याच्या आर्थिक व्यवस्थेसबंधी स्त्रोत आणि सुविधांच्या प्रगतीवर आधारित असते. ज्या देशात या सुविधा नसतात तेथील मानवी समाज आपल्या सभ्यता आणि संस्कृतीचा विकास घडवून आणू शकत नाही. मानवी जीवनात अर्थाला विशेष महत्त्वाचे स्थान आहे. त्यामुळेच आता आणि पूर्वीही अर्थ हा कधी-कधी धर्मापेक्षाही अप्रत्यक्षपणे प्रथम स्थानी गणल्या जातो. मनुष्य स्वभावाचा हा कमकुवतपणा सर्वप्रथम गौतम बुद्धाने जानला.

बुद्धाचा काळ म्हणजे इ.स.पूर्व सहावे शतक होय. भारतीय इतिहासाच्या दृष्टीने ते 'सम्यक क्रांती'चे युग होते. गौतम बुद्धाच्या मानवतावादी विचारसरणीने तत्कालीन समाजात मूलभूत परिवर्तन घडून आले. बुद्धाच्या धम्मात

व्यवहारोपयोगी आणि समाजोपयोगी तत्त्वज्ञान दिसून येते. 'बहुजन हिताय- बहुजन सुखाय' असा लोकल्याणकारी संदेश देणारे बुद्ध लोकशाहीचे प्रथम प्रणेते होते.

आर्य भारतात येण्यापूर्वी जी सिंधू संस्कृती भारत भूमीत अस्तित्वात होती ती सुमेरियन संस्कृतीच्या वळणाची होती. राजेशाही आणि नोकरशाही हा तिचा आधार होता. इ.स.पूर्व 1500 च्या आसपास भारतातून सिंधू संस्कृतीचा विनाश झाला.

बुद्धपूर्वकालीन आर्थिक जीवन मुख्यतः कृषीवर अवलंबून होते. वैदिक संस्कृतीत सुद्धा शेतीला महत्त्वाचा व्यवसाय म्हणून मान्यता होती. आर्य भारतात आले तेव्हा ते पशुपालन अवस्थेत होते. प्रदीर्घ संघर्षानंतर जेव्हा ते भारतात स्थिर झाले तेव्हा त्यांनी शेती आणि पशुपालनावर आधारित असलेल्या अर्थव्यवस्थेला जन्म दिला. बुद्धपूर्वकालीन आर्थिक व्यवस्थेत गाय ही त्यांची संपत्ती आणि विनीमयाचे साधन होते. गाईच्या कातडीच्या पखाली आणि दही, मद्य ठेवण्यासाठी 'पिसका' तयार करीत असत. एकमेकांच्या गाई परस्परांपासून भिन्न राहण्याकरिता गाईच्या कानाला निरनिराळ्या संख्येने काप पाडले जात असत. याबद्दल 'अष्टकर्णी' म्हणून ऋग्वेदात उल्लेख दिसून येतो.

बुद्धपूर्वकालीन आर्थिक जीवनात व्यापार देखील दृष्टीस पडतो. गांधारची लोकर चारही दिशेला प्रसिद्ध होती. वस्त्र, चादर आणि चामडे विकत घेण्याचे उल्लेख आढळून येतात. त्याचप्रमाणे व्यापारात शर्त लावण्याचेही निदर्शनास येते. बुद्धपूर्वकालीन अर्थव्यवस्था ही यज्ञ संस्थेशी निगडित होती. पुरोहिताला ज्या दक्षिणा दिल्या जात त्या सर्व व्यवहारोपयोगी असल्या पाहिजे असा दंडक होता. ह्या वस्तूंमध्ये धान्य, गाय, बैल, बोकड, अश्व, शेळी, गाढवे, पिकांसह जमीन, नांगर, घर, गाव, सोन्याची माळ, हरणाचे कातडे, वस्त्र, दास, सुगंधीत द्रव्ये इ.चा समावेश होता.

बुद्धपूर्वकालीन भारतीय समाज हा श्रमविभागणीच्या सामान्य तत्त्वाप्रमाणे वर्गीय बनला होता. एखाद्या समाजात श्रमविभागणी का आणि कशी निर्माण होते? तिचे वस्तुविनीमयात काय स्थान असते हे अर्थशास्त्रीय दृष्टीकोनातून नीट समजून घेतले तर प्राचीन भारतीय समाजव्यवस्थेच्या वर्गीय स्वरूपाची अधिक चांगल्या प्रकारे ओळख होऊ शकते.

सर्व दुःखाचे मूळ तृष्णा होय हे सांगताना द्रव्यलालसेलाही गौतम बुद्धाने तृष्णेत अंतर्भूत केले आहे. सारनाथ येथे ज्ञान प्राप्ती नंतर पंचपरिव्राजकांना प्रथम उपदेश देताना बुद्ध म्हणतात, 'मानवी जीवनाचे दोन ध्रुव आहेत. त्यातील पहिले

म्हणजे भोगविलासाचे जीवन आणि दुसरे म्हणजे काया क्लेशाचे जीवन." एक म्हणतो खाऊ-पिऊ आणि मौज करू कारण उद्या आपण सर्व मरणार आहोत दुसरा म्हणतो वासनांचा अंत करा कारण वासना पुनर्जन्माचे निमित्त आहे. बुद्धाने जीवनाचे दोन्ही मार्ग नाकारलेत कारण त्यांच्या मते दोन्ही मार्ग मनुष्य जीवनास अयोग्य आहेत. मध्यम मार्गावर त्यांचा विश्वास होता. हा मध्यम मार्ग काया क्लेशाचा नाही किंवा भोगविलासाचाही नाही.

बुद्ध म्हणतात, "हे परिव्राजकांनो हे समजून घ्या की, दोन धृवावर असलेल्या या दोन जीवनप्रणालीचे अनुकरण कदापिही करू नये. ज्यांचे आकर्षण कामयोगाची तृष्णा आहे अशा वस्तूंच्या माध्यमाने तृप्ती प्राप्त करण्याचे प्रयास हे हीन प्रयास होत. ते अकुशल आहेत. ते हानिकारक आहेत. या दोन्ही धृवांच्या मध्ये एक जीवनमार्ग आहे, तो मध्यम मार्ग आहे. मी ह्या मध्यम मार्गाचा उपदेशक आहे. दुःखाचा विनाश हा या धम्माचा एकमेव हेतू आहे." ही तथागताची प्रथम धम्मदिशा आहे.

सामाजिक दुःखाची निर्मिती ही श्रेष्ठ व कनिष्ठ या दोन टोकाच्या भावनेतून झालेली आहे. समाजात शोशक व शोषित, श्रीमंत व गरीब अशी दोन टोके आहेत. श्रेष्ठत्वाच्या त्यांच्या अहंकाराला धक्का लागताच दुःखाची निर्मिती होते. कनिष्ठ

तेचा ज्यांच्यावर शिक्का मारला आहे ते लोक न्यूनगंडातच अडकून असतात. म्हणून समाज सुखी व्हायचा असेल तर मध्यम मार्गी जीवन दृष्टीचे अनुसरण आवश्यक आहे. गौतम बुद्ध मध्यम मार्गी जीवन दृष्टीतून 'समतेचा'संदेश देतात,

"नेकेचि मनुस्सा सेट्ठा

न केचि मनुस्सा हिना"

म्हणजेच, कुणीही मनुष्य श्रेष्ठ किंवा कनिष्ठ नाही. बुद्धाच्या ह्या समतादृष्टीत मानवी जीवनाचे अप्रतीम सौंदर्य दडलेले आहे.

Acknowledgements

तथागत बुद्धाचे आर्थिक विचार या संदर्भ पुस्तकाची पहिली आवृत्ती वाचकांच्या हाती देताना मला अत्यंत आनंद होत आहे. हे संदर्भ पुस्तक बुद्ध तत्त्वज्ञानाचे अध्ययन करणारे विद्यार्थी, संशोधक यांना एक उपयुक्त ग्रंथ ठरणार आहे. सदर संदर्भीय पुस्तक लिहितांना अनेक विद्वान लेखकांच्या पुस्तकांचा आणि त्यांच्या मतांचा मुक्तपणे उपयोग करण्यात आलेला आहे, त्या सर्व लेखकांचा मी मनस्वी आभारी आहे.

विषय ऐतिहासिक असल्याने अनेक दुर्मिळ ग्रंथांचा संदर्भ यात घेण्यात आलेला आहे. संबंधित पुस्तक लिहिण्याकरिता अनेक मान्यवर मंडळींचे सहकार्य लाभलेत. डॉ. सत्यप्रिय इंदुरवडे, अर्थशास्त्र विभाग प्रमुख, रा. तू. म. नागपूर विद्यापीठ, नागपूर, डॉ. विजय बन्सोड, मोखारे महाविद्यालय, नागपूर, डॉ. प्रदीप आगलावे, माजी विभाग प्रमुख, डॉ. आंबेडकर विचारधारा विभाग,रा. तू. म. नागपूर विद्यापीठ, नागपूर यांचे मनस्वी आभार. तसेच सौ. समता बागडे आणि माझा मुलगा चि. स्मित यांचे सुद्धा आभार.

तथागत बुद्धाचे आर्थिक विचार हा विषय व्यापक आणि ऐतिहासिक असल्याने सर्वांगीण अध्ययन यात आले असतीलच याची खात्री देता येणार नाही. भविष्यात ह्या विषयावर अधिक संशोधन व्हावे हीच वाचकांकडून अपेक्षा.

- लेखक -

Dr. Rakshit Madan Bagde

Assistant Professor,

Late. Mansaramji Padole Arts College, Ganeshpur Bhandara

ORCID iD - 0000-0002-7507-0244

SSRN - Author ID: 4770534

Vidwan-ID: 221858

RePEc Short-ID: pba1869

rakshitbagde@gmail.com

बुद्धकालीन आर्थिक व्यवस्था-

बुद्धाचा जन्म इ.स.पूर्व 563 ला झाला. बुद्धकाळात लोकसंख्या मुख्यतः नगरात वसलेली होती. बुद्धकालीन भारतात लहान मोठ्या नगरांची संख्या (पाली-परंपरेनुसार) 84,000 सांगितली जाते. बुद्धकालीन भारताची लोकसंख्या 30 करोड होती. 'अभिधानप्पदीपिका' नुसार बुद्धकाळात भारतात वीस मोठी शहरे होती.

बुद्धकाळात लहान लहान गावेही होती. 'जातक कथे'नुसार गावात पाचशे ते एक हजार कुटुंबे राहत होती. सर्वात लहान गावास 'गामक' तर थोड्या मोठ्या गावाला 'गाव' म्हणत. 'द्वार गाव' त्या गावास म्हणत जे नगरांच्या मार्गावर वसलेली होती. 'पच्चन्तगाम' दोन देशांच्या सिमेवरील गावास म्हणत असत. गावाचे जीवन युद्धकाळात अस्ताव्यस्त होत त्यांतील लोकसंख्या विखुरलेली होती. 'अगुत्तरनिकायातील' एका सुत्ताप्रमाणे पुष्कळशी जमीन जंगलाने व्यापलेली होती.

आजच्या प्रमाणेच बुद्धाच्या काळात भारतीय समाजाचा मुख्य व्यवसाय शेती होता. राजाचे कर्तव्य होते की जे लोक शेती करतात त्यांना बीज उपलब्ध करून द्यावे. कृषी कार्यात जाति विशेष नव्हता. बुद्धकाळात जमीन लहान-लहान भागात विभागलेली होती ज्यावर विविध लोक शेती करत असत. शेती सामुहिक स्वरूपात केली. जायची त्यास 'गाम खेत' म्हणत. यासबंधी विशेष कर्तव्य आणि अधिकार 'गामभोजका'ला असायचे. आपल्या स्वामीत्वातील शेती विकण्याचे अधिकार मर्यादित होते.

बुद्धकाळात बैलांच्या सहाय्याने शेती केली जायची. शेतीच्या पेरणीचा उत्सव होत असे. बैलांना विविध प्रकारे सजवून पहिला नांगर राजाद्वारे चालविला जायचा. पेरणीचा उत्सव म्हणजे नगराला मेजवाणी असे. बुद्धकालीन भारतीय शेतकरी सुखी आणि समृद्ध होता.

बुद्धकाळात भारतीय शेतकरी कोणकोणते पिक घ्यायचे यासबंधीचे वर्णन पालि-त्रिपीटकात दिसून येते. मगध आणि पूर्वी उत्तर प्रदेश यांचे वर्णन दिसून येतात. मुख्यतः पिकात धान पेरले जायचे. धानाच्या प्रकारात साली, वीही मोठ्या प्रमाणात पेरले जायचे. 'शालि-मांस-ओदन' स्वादिष्ट आणि मोठ्या लोकांच्या खाण्यायोग्य भोजन समजले जायचे. 'तुण्डीलजातकात' सांगितल्याप्रमाणे धान व्यतिरिक्त यव,

बाजरा, पान, लसून, सुपारी अशी विविध पिके काढली जायची. असे उल्लेख आलेले आहे. पाटली, किंशुल, कर्णिकार, जयसूमन आणि केतकासारख्या फुलांची शेती केली जायची. विविध फुलांच्या माला तयार केल्या जायच्या तसेच फुलांच्या विक्रीचा व्यवसायही केला जायचा.

शेती पूर्णतः पावसावर अवलंबून होती. बुद्धकाळात मजूर व श्रमीक यांची आर्थिक स्थिती हालाखीची होती. जातक विवरणामध्ये शेतात काम करणाऱ्या आणि शेतीची रखवाली करणाऱ्या अशा मजुरांचा उल्लेख आढळतो. शेतीची रखवाली करणाऱ्या श्रमीकास आणि अन्य व्यवसायातील श्रमीकास कामाच्या मोबदल्यात प्रतिदिवस 'एक मासक' एवढी मजुरी मिळत असे.

बुद्धकालीन भारतात राजसेवा एक महत्त्वपूर्ण पेशा होता. 'कुटदन्तसुत्ता' प्रमाणे अनेक मनुष्य त्या वेळी राजसेवा करण्यास उत्साही असत. राजा सेवकांना भत्ता आणि वेतन देऊन संतुष्ट ठेवायचा. राजसेवेतील मुख्य पद पुरोहित, अमात्य आणि सेनापती होते. शिपाई आणि सेनाध्यक्षाच्या नियुक्त्या योग्यतेनुसार केल्या जायच्या. 'वर्णा'ला महत्त्व नव्हते. अध्यापनाचा व्यवसाय आदरणीय होता. विद्यार्थी शुल्काच्या स्वरूपात शारीरिक सेवेद्वारा शुल्कातून मुक्त व्हायचे. स्त्रियासुद्धा मजुरी करीत होत्या. ज्या दास्या होत्या

त्या राजमहालात विविध कामे करायच्या. धान कुटने, पाणी भरणे, मुलांचे पालन पोषण करण्याची सर्व कामे स्त्रिया करीत असत.

बुद्धकाळात शेतीवर राजाद्वारे कर लावले जायचे या कराला 'रज्जोभोग' म्हणत. कर मुख्यतः उत्पादनाच्या एका अंशातून घेतले जायचे. या करातून राजा लोकल्याणकारी कार्य करीत असे. शेतीशिवाय इतरही व्यवसाय बुद्धकाळात अस्तित्वात होते. त्यात पशुपालन, शिल्पकला आणि वस्तूंचा व्यापार इ. चा प्रामुख्याने समावेश होतो.

पशुपालन व्यवसायास समाजात मानाचे स्थान होते. पशूंना चारण्याकरिता 'गोचर -भूमी' असे. लोकांच्या खाद्यान्नात लोणी, दही, दुधाचा समावेश होता. बुद्धाने भिक्खुंना पाच गोरसांची अनुमती औषध म्हणून वापरण्यास दिली होती. बुद्धकाळात साडेबाराशे गाईचे धनी असणारे 'मेडक' समाजात होते. गाई चारणाऱ्यास 'अजपाल' आणि गवत कापणाऱ्यास 'तृणहारक' म्हणत. गुराख्यांचा त्यावेळी एक व्यवसाय होऊन बसला होता. अजपाल शेळ्या मेढ्यांना चारायला नेत शिवाय लोकर गोळा करीत असत. ह्या लोकरापासून वस्त्र तयार करीत, एकंदरीत शेतीशिवाय पशुपालन व्यवसाय महत्त्वाचा समजला जात होता.

बुद्धकाळात गावाची अर्थव्यवस्था ही स्वनियंत्रित आणि स्वयंपूर्ण होती. ग्रामाच्या मानाने नगरे पुढारलेली आणि माणसांनी गजबजलेली होती. तृण, काष्ठ, उदक आणि धान्याने परिपूर्ण होती. नगरांचा आर्थिक व्याप वाढलेला होता. तेथील सामाजिक जीवन सुखी आणि समाधानी होते. 'सामयफलसुता'तील यादीप्रमाणे घोडेस्वार, सारथी, धनुर्धर, सैन्यातील व्यवस्थापन, शुर सैनीक, दासीपुत्र, आचारी, न्हावी, मिठाईवाले, परिट, कुंभार व गवंडी, सुतार हे सर्व व्यवसाय नगरात उपलब्ध होते.

बुद्धकाळात काही श्रमीक हे दास होते. दासांना नेहमी घरची कामे तसेच शेतीची कामे करावी लागत असत. दासांचे जीवन फार दुःखमय होते. दासांचे पुत्रही दास बनत असत त्यामुळेच दासप्रथा ही वंशपरंपरागत बनली होती. युद्धबंदी आणि दंडित व्यक्तींनाही दास बनविल्या जायचे. शिल्पकलेचा व्यवसाय वृद्धींगत होत होता. व्यापार उद्योग हा शिल्पकारीवर आधारित होता. बहुतेकांची उपजीविका ही शिल्पकलेशी निगडित होती. स्वतः सिद्धार्थ गौतम शिल्पकला जानत होते. शिल्पकलेचे एकंदर 25 प्रकार त्या काळात अस्तित्वात होते. स्वतः शिल्प शिकून उदरनिर्वाह करण्याकडे समाजाची प्रवृती होती.

या काळात 'नवकर्म' करण्याकडे लोकांचा भर होता. घर, शाळा, सभागृहे, भिक्खुविहार ह्याचे बांधकाम म्हणजे 'नवकर्म'. लोकांच्या कल्याणाकरिता राजे चार दिशेला चार भवन बांधीत. या सर्व नवकर्म कार्यात हजारो मजूर, कुशल आणि अकुशल कामगार काम करीत असत. नवकर्माची कामे मुख्यतः व्यापारी दृष्टीने प्रगल्भ नगरे आणि राजधानीतून आढळून येते परंतु यावर काम करणारा वर्ग सुखी होता असे म्हणता येत नाही.

कनिष्ठ दर्जाच्या व्यवसायामध्ये दुतकर्म, जुगाराचे अड्डे, दारूची दुकाने, वेश्याव्यवसाय, ठकबाजी, चोरी इ. चा उल्लेख करता येईल. जुगाराच्या व दारूच्या व्यवसायावर कर लादला होता. बुद्धकाळात दासप्रथेला मान्यता होती. दासाचे जीवन हे दुःखमय व हालअपेष्ठेने भरलेले होते. बुद्धकाळात व्यापारही होत असल्याचे दिसून येते. आर्थिक उन्नतीचे प्रमुख साधन म्हणून व्यापाराकडे पाहिले जात असे. आंतरदेशीय व्यापारही होत असे. संपूर्ण व्यापार हा वणिक म्हणजे वैश्यांच्या हातात होता. व्यापार हा जल आणि स्थल मार्गाने होत असे, व्यापार समुहाने केला जायचा. मुख्य व्यापाऱ्यास 'जेट्ठक' म्हणत. व्यापारासबंधीचे निर्णय घेण्याचा अधिकार जेट्ठकांना असे.

समुद्री मार्गाद्वारे होणाऱ्या विदेशी व्यापाराचा उल्लेख 'अट्ठकथां'मधून दिसून येतो. भारताचा व्यापारीक सबंध

बॅबिलॉन, अरबस्थान, इरान, इराक, जावा, मालद्विप आणि चीन इ. देशांशी होत होता. जलयात्रा सबंधी अधिकाऱ्यास 'जलनिय्यमक' म्हणत. भारतीय व्यापारी विदेशातून सोने, रत्न, मानिक इ. वस्तूंची आयात करीत. निर्यातीच्या वस्तूंमध्ये रेशीम, बहुमूल्य वस्त्र, हस्तीदंत वस्तू, सुवर्ण आभूषण, काश्यापासून बनविलेल्या थाळ्या, तलवारी, मोरासारखे पक्षी, हत्ती-घोडे इ. वस्तूंचा समावेश होता.

बुद्धकाळात वस्तुविनीमय पद्धत अस्तित्वात होती. परंतु नागरी समाजात मुद्राविनीमय पद्धती वापरली जायची. सुवर्ण मुद्रा अस्तित्वात होत्या. सर्वात प्रचलित नाणे 'कर्षापण' हे होते. तसेच अर्द्धकहापण, पाठ कहापण, मासक, अर्द्धमासक, काकनिका ही नाणी ही प्रचलित होती. 'मासक' हे नाणे तांबे, लाकुड व लाख यापासून बनविले जात असे.

गृहपती स्वतः वस्तूचे मूल्य निर्धारित करीत नसत. त्यांची अशी धारणा होती की, वस्तूचे मूल्य स्वतः निर्धारित करणे हे मनुष्याचा जीव घेण्यासारखे आहे. वस्तूचे मूल्य निर्धारण करण्याकरिता विशेष अधिकारी असत. बाहेरून आलेल्या व्यापाऱ्याला सुद्धा विषेश अधिकाऱ्याने निर्धारित केलेल्या मूल्यावरच व्यापार करावा लागत असे.

एकंदरीत बुद्धकालीन आर्थिक जीवन सुखी व समाधानकारक असल्याचे दिसून येते. कर्म हे तत्कालीन अर्थव्यवस्थेचे एक महत्त्वाचे अंग होते. समाजातील उत्पन्नाची विषमता आणि दासांचे दुःख तेवढ्या अनिष्ट प्रथा प्रचलित होत्या. बुद्धकाळात शेती आणि व्यापार आपल्या शेवटच्या अवस्थेत प्रगती करीत असल्याचे दिसून येते.

सम्यक आजीविका-

अष्टांगीक मार्गातील 'सम्यक आजीविका' मध्ये बुद्धाचे आर्थिक जीवनाविषयी विचार अंतर्भूत आहे. माणसाला आपली आजीविका अर्जित करावीच लागते, ही आजीविका अर्जित करण्याचे अनेक मार्ग आहेत. काही हीन मार्ग इतरांना आहत करतात, इतरांवर अन्याय करतात. श्रेष्ठ मार्ग इतरांना आहत करीत नाही, इतरांवर अन्याय करीत नाही. या श्रेष्ठ मार्गांनी प्राप्त आजीविकेलाच 'सम्यक आजीविका' म्हणतात.

बुद्ध काळात दोन दार्शनिक विचार प्रवाह समाजात होते. त्यातील पहिला म्हणजे 'यावज्जीवेत सुखं जीवेत ऋण कृत्वा घृतं पिवेत' म्हणजेच कर्ज काढा आणि जिवंत आहात तोपर्यंत तूप रोटी खाऊन घ्या. दुसरा म्हणजे 'निराहार राहून मोक्ष प्राप्तीची ईच्छा बाळगणे.' गौतम बुद्धाने दोन्ही विचार प्रवाहाला विरोध करून 'मज्झिमापटिपदा' मध्यम मार्ग सांगितला आहे. साधारणतः सर्वांचा असा समज आहे की, बुद्ध हे फक्त धार्मिक महापुरुष होते परंतु हे पूर्ण सत्य नाही. तत्कालीन सामाजिक, आर्थिक व धार्मिक विषमतेमुळे

बुद्धाच्या समतावादी तत्त्वज्ञानाचा उदय झाला. आर्थिक बाबींवरील बुद्धाचे विवेचन हे अर्थार्जन कल्याणकारी मार्गाचा वापर करूनच करावे यावर भर देणारे होते. उलट अनैतिक मार्गाचा वापर करून जी संपत्ती आपण मिळवतो ती नक्कीच समाजासाठी घातक ठरत असते. बुद्धाने सम्यक आजीविका आर्य अष्टांगीक मार्गात समाविष्ट केला तो आजही अनुसरणीय आहे.

सम्यक आजीविका हे केवळ सामाजिक जीवनाच्या आर्थिक अंगापुर्ते मार्यादित नाही तर आपल्या समग्र सामुहिक जीवनाच्या संपूर्ण परिवर्तनाचे निर्देशक आहे. ते आदर्श समाजाच्या निर्मितीचे प्रतीक आहे. मानवी कल्याणासाठी गौतम बुद्धाने अष्टांगीक मार्गाचा उपदेश केला. ती आठ तत्त्वे म्हणजे ''सम्यक दृष्टी, सम्यक संकल्प, सम्यक व्यायाम, सम्यक स्मृती, सम्यक वाणी, सम्यक कर्मात, सम्यक आजीविका, सम्यक समाधी'' ही होत. हा अष्टांगीक मार्ग दुःखाचा निरोध करण्याचा मार्ग होय. म्हणजेच सुखाकडे नेणारा मार्ग होय.

बुद्धाने नैतिकदृष्ट्या चुकीचे असणारे आपल्या उपजीविकेचे किफायतशीर मार्ग सोडून देण्यास सांगितले. बौद्धधम्माच्या विकासातील ही एक निकोप घटना आहे. बुद्धांनी सर्वप्रथम चुकीच्या मार्गाने प्राप्त आजीविकेपासून

अलिप्त राहण्याचा खुलासा केला. अनेक प्रकारच्या व्यवसायापासून प्राप्त उपजीविकेचा बुद्धाने विरोध केला आहे. ते खालील प्रमाणे -

1) कत्तलखाण्यापासून प्राप्त केलेली उपजीविका.

2) विष पुरविण्याच्या व्यवसायापासून प्राप्त केलेली उपजीविका.

3) युद्धात वापरण्यात येणाऱ्या शस्त्र निर्मितीच्या व्यवसायापासून प्राप्त केलेली उपजीविका.

'ब्रम्हजालसुत्ताच्या काही भागात वाममार्गी आजीविकेचे वर्णन दिसून येते. तो आशय असा की, "निष्ठावान व्यक्तींनी दिलेल्या भोजनावर निर्वाह करणारे ब्राम्हण आणि परिव्रांजक आपली आजीविका कमविण्याकरिता चुकीच्या साधनाचा वापर करीत आहे. जसे हस्तरेखा- विज्ञान, भविष्यवाणी, शुभ- अशुभ सांगणे, साप-विंचू-पक्षी यांच्या विषयीच्या तंत्रविद्येचा वापर करणे." बुद्ध म्हणतात की ह्या क्षुद्रकला आजीविका कमविण्याचे तुच्छ साधन होय. बुद्ध पुढे म्हणतात की, 'ग्रहण, नक्षत्र, उल्कापाताविषयी भविष्यवाणी, चुकीचा उपचार करणे इ. अनुचित प्रकारातून जे आपली उपजीविका करतात ते ब्राम्हण आणि परिव्रांजक चुकीच्या साधनाचा वापर करतात.'

ते सर्वांसाठी हानिकारक असून, बुद्ध स्वतःला मात्र या क्षुद्रकलापासून अलिप्त ठेवतात.

एकदा 'तालपुत्तो' नावाचा नट बुद्धाकडे आला आणि म्हणाला की, "आम्हा अभिनय करणा ज्यामध्ये अशीसमजूत आहे की, आम्ही मरतो तेव्हा आम्ही देवलोकात जातो कारण आमच्या अभिनयामुळे आम्ही लोकांना हसविलेले असते. यावर गौतम बुद्ध उत्तर देतात की, मृत्यूनंतर नट नव्या स्वर्गात जात नाही. याचे कारण असे की, ते स्वतः लोभ, द्वेष आणि मोहाने भरलेले असतात आणि आपल्या अभिनयाद्वारे लोकांच्या मनातील लोभ, द्वेष आणि मोहाला उत्तेजित करतात. इतरांना ते पतित करतात आणि अशा प्रकारचा मोबदला दुःखाशिवाय असूच शकत नाही."

बुद्धकाळात लोक जीवनातील जास्तीत-जास्त काळ उपजीविका कमविण्यात घालवत असत. बुद्ध म्हणतात, "माणसाने आपली उपजीविका कमवावी आणि उरलेला वेळ धम्मकार्य व धम्मसाधनेसाठी द्यावा. यातून सांसारिक व धार्मिक ही दोन्ही टोके साधता येतात." सम्यक प्रकाशात सम्यक आजीविका केल्यास समाजात परिवर्तन घडून येण्यास मदत होते.

गौतम बुद्धाने सदाचार आणि नीती ह्या दोन तत्त्वावर सम्यक आजीविकेच्या बाबतीत विशेष भर असल्याचे दिसून येते. बुद्धाचा उपदेश रचनात्मक आहे. उच्च आदर्श जीवनाकरिता सम्यक आजीविकेचे महत्त्व कशाप्रकारे असते याचे विश्लेषण आपणास बुद्धतत्त्वज्ञानात दिसून येते.

संपत्ती विषयक विचार-

गौतम बुद्धाचे संपत्ती विषयक विचार हे त्यांनी वेळोवेळी केलेल्या उपदेशातून दिसून येतात. संपत्ती हे ऐहिक सुखप्राप्तीचे मुख्य साधन होय. स्वतः व स्वतःच्या कुटुंबाला सुखी बनविण्याकरिता संपत्तीची गरज असते. संपत्ती दान करणेही गरजेचे असते. तृष्णेपासून लोभ, लोभपासून ओढ-कामना-आग्रह-स्वामीत्व अशी प्रतित्यसमुत्पादाची श्रृंखला तयार होते. जेथे तृष्णा नाही तेथे स्वामीत्वाची भावनाही नाही. भिक्खुंनी भौतिक संपदेचे नव्हे तर धम्मसंपदेचे उत्तराधिकारी व्हावे, अशी ईच्छा बुद्ध व्यक्त करतात.

बुद्धकाळात जनतेचे आर्थिक जीवन सुखी व समृद्ध होते. चम्पा निवासी श्रेष्ठी पुत्र 'सोणकोटिविंश' वीस करोडचा धनी होता, अंशी गाडी असर्फी त्याच्याकडे होती. साकेत सेठ 'धनंजय' याने आपली मुलगी 'विशाखा' करीता 9 करोड मूल्याचा 'महालता' नावाचा आभूषण बनविला होता, त्याच्या मुल्याकरिता 5,400 गाडी धन दिले होते. तसेच विशाखा करिता तिचा सासरा 'मृगार श्रेष्ठी' याने एक आभूषण एका लाखात

बनविले होते. 'पिप्पलि माणवक' यांच्याकडे 87 करोड संपत्ती होती.

संघातील भिक्खुंसाठी बुद्धाने नियम आखून दिले होते. त्या नियमानुसार भिक्खुं केवळ आठ वस्तुंनाच व्यक्तिगत संपत्तीच्या स्वरूपात स्वतःजवळ बाळगू शकत असत.

1)	अन्तर-वासक (आतले वस्त्र)

2)	उतरासंग (वरचे वस्त्र)

3)	संघाटी (थंडीपासून बचावाचे वस्त्र)

4)	कंबरेस बांधावयाचे कटिबंध

5)	भिक्षापात्र

6)	वाती (वस्तरा)

7)	सुई-धागा

8)	अलक्षाधक (पाणी गाळण्याचे वस्त्र)

सोने-चांदी यासारख्या गोष्टी भिक्खुंकरिता निषिद्ध होत्या. भिक्खुं संघाची मालमत्ता ही सामुहिक स्वरूपाची असे. भिक्खुं संघाला जे दानस्वरूपात मिळे त्या सर्वावर भिक्खुं संघाची सामुहिक मालकी असायची. बुद्धाने भिक्खुं संघासाठी

व्यक्तिगत संपत्ती संग्रहाचा विरोध केला आहे. व्यक्तिगत संपत्ती ही नेहमीच असुरक्षितता निर्माण करीत असते. अनाथपिंडकाने जेतवन तयार करून ते बुद्धाला समर्पित करण्याची ईच्छा व्यक्त केली तेव्हा बुद्ध म्हणाले, 'श्रेष्ठी हे बुद्धासाठी नाही तर संपूर्ण संघास दान करावे.'

बुद्ध संपत्तीचे चार भागात विभाजन करतात. ते म्हणतात,

"एकेन भोगे भुज्जेय्य, द्वीहि कम्मं पयोजये

चतुत्थच्च निधापेय्य, आपदासु भविस्सती,ति"

म्हणजेच -

1) संपत्तीच्या एका भागाने आपले व कुटुंबाचे पालनपोषन करावे.

2) संपत्तीच्या दुसऱ्या भागाची आपल्या व्यवसायात गुंतवणूक करावी.

3) संपत्तीच्या तिसऱ्या भागाचे दान करावे.

4) संपत्तीचा चवथा भाग येणाऱ्या आपत्तीकरिता सुरक्षित व संरक्षित ठेवावा.

गौतम बुद्धानी श्रमण व उपासक संघ असे दोन वर्ग आचरणाच्या आधारावर निर्धारित केलेत. ह्यापैकी श्रमण म्हणजे भिक्खु ज्यांनी संसाराचा त्याग केलेला होता. धम्माचा प्रसार हेच मुख्य कार्य त्यांना दिलेले होते. उपासक म्हणजे सांसारिक मनुष्य जो संसारात राहून पंचशील आणि आर्य अष्टांगीक मार्गाचे पालन करीत होता. माता-पिता व पुत्र ह्यांना उपदेश देतांना बुद्ध म्हणतात, "माता-पित्याने पुत्रास शिल्प शास्त्राचे शिक्षण दिले पाहिजे. ह्याशिवाय आपल्या संपत्तीचा पौत्रिक वारसाहक्क दिला पाहिजे. पुत्राने पित्याच्या संपत्तीचे रक्षण करावे व त्यांचा योग्य वारसदार व्हावे." मित्रांसबंधी उपदेश करताना बुद्ध म्हणतात, "सभ्य मनुष्याने आपल्या मित्रांना भेटवस्तू द्याव्यात, त्यांना लाभ होईल असाच व्यवहार करावा, मित्रांच्या संपत्तीचे रक्षण करावे तसेच संकट समयी त्यांना मदत करावी."

अनाथपिंडकास एकदा प्रश्न पडला की, सुखी गृहस्थ कोणास म्हणावे? त्याचे समाधान करताना बुद्ध म्हणाले की, "सुखी गृहस्थ धन- धान्य संपन्न असतो. ही संपदा त्याने बाहुबलाने, निढळाच्या घामाने संपादन केलेली असते आणि जेव्हा तो असा विचार करतो की ही धनसंपदा त्याच मार्गाने अर्जित केलेली आहे, तेव्हा तो सुखी होतो. ह्या धनसंपदेचा उपयोग जेव्हा तो पुण्यकर्म करण्यासाठी करतो, तेव्हा त्याला

अधिक सुख प्राप्त होते. ज्या गृहस्थावर कोणाचेही ऋण देणे लागत नाही ह्याशिवाय जो मनुष्य काया, वाचा आणि मनाने निष्कलंक असतो, तो सुखी गृहस्थ असतो." अशा प्रकारे गृहस्थाचे सुख कशात निहित आहे हे गौतम बुद्धाने विस्तारपूर्वक सांगितले.

गौतम बुद्धाने अर्जित संपत्तीचा विनाश कोणकोणत्या कारणांनी होते याची सखोल चिकित्सा केलेली आहे. बुद्ध संपत्तीच्या विनाशाची खालील कारणे सांगतात.

1) मादक पदार्थाचे सेवन:-

गौतम बुद्ध म्हणतात की, 'मादक पदार्थाच्या सेवनाने आजार, कलह, प्रज्ञानाश, ह्याशिवाय संपत्तीचा नाश हे सर्व दुष्परिणाम संभवतात.'

2) अयोग्य वेळी भटकणे:-

गौतम बुद्ध म्हणतात की, 'गृहपतीने रस्त्यावर अवेळी भटकत फिरणे अयोग्य आहे. त्यामुळे त्याचे पत्नी व मुले संरक्षण विरहित आणि असुरक्षित असतात. त्याची धनसंपत्ती धोक्यात असते. त्याला अनेक समस्यांना सामोर जावे लागते.'

3) समज्याभिचरण (नृत्य-तमाशा):-

गौतम बुद्ध म्हणतात की, 'समज्याभिचरण अनेक चिंताचे कारण बनून संपत्तीच्या विनाशाचे कारण बनत असते. मनुष्य सतत आज कोठे वाद-प्रतिवाद आहे, कोठे खेळ आहे, कोठे गायनाचा कार्यक्रम आहे याच विचारात राहून त्याला सम्यक विचाराचे विस्मरण होते.'

4) जुगार:-

गौतम बुद्ध म्हणतात की, 'जुगाराने संपत्तीची तत्काल हानी होते. जुगार खेळणारा दुसऱ्याचे वैरत्व ओढवत असतो, न्यायालयाचा त्याच्यावर विश्वास नसतो, पैशाच्या हानीवर व्याकुळ बनतो आणि त्याचे मित्र त्याला हीन समजतात- त्याचा तिरस्कार करतात.'

5) दुष्ट लोकांचा सहवास:-

गौतम बुद्ध म्हणतात की, 'दुष्ट, धूर्त लोकांचा सहवास संपत्तीच्या ऱ्हासाला जबाबदार

असते. दुष्ट आणि धूर्त लोकांच्या सहवासाने मनुष्य धोकेबाज व दंगलखोर बनत असतो आणि

त्याचा परिणाम त्याच्या संपत्तीच्या ऱ्हासाचे कारण बनते.'

6) आळस:-

गौतम बुद्ध म्हणतात की, 'आळशी मनुष्य नाना कारणे दाखवून काम करण्याकडे दुर्लक्ष करतो, त्यामुळे अनुत्पन्न संपदेचे नवनिर्माण होत नाही आणि उत्पन्न संपदा नष्ट होते.'

7) इतर कारणे:-

गौतम बुद्ध म्हणतात की, 'फसव्या आणि अहितकारी स्त्री सोबत संबंध ठेवणे, परस्त्रीगमण करणे, सत्पुरुषांची संगत टाळणे, आपल्या कुटुंबाची बदनामी करणे' इ. कारणांनी अर्जित संपत्तीचा विनाश होतो.

गौतम बुद्धांनी सांगितलेली ही कारणे अडीच हजार वर्षापूर्वीची आहेत, तरी आजही ती तितकीच शाश्वत आहेत.

कृषी विषयक विचार-

बुद्धाचा काळ हा भारतीय इतिहासातील आर्थिकदृष्ट्या संपन्नतेचा काळ होता. कृषी, शिल्प, व्यापार हे सर्व उन्नत अवस्थेत होते. बुद्ध काळात भारतीय लोकांचा मुख्य व्यवसाय शेती हाच होता. 'जातक कथे'नुसार वनभूमीला साफ करून तिचा वापर कृषी कार्याकरिता होत असे. राजाचे हे कर्तव्य असायचे की, कृषकाला वेळेवर बीज उपलब्ध करून देणे. बुद्ध काळात शेती कोण्या एका जाती-धर्माचा व्यवसाय नव्हता. मगधचे एकनाला गावचे काशि भारतद्वाज 500 नांगराने शेती करायचा. संपूर्ण ग्राम मिळून शेती करायचे त्याला 'ग्रामकृषी ' म्हणायचे. नांगर चालविणे हे राष्ट्रीय महत्त्वाचे कार्य समजले जायचे.

कृषकाने शेती कशी करावी यावर उपदेश करताना गौतम बुद्ध म्हणतात की, "पहिल्याने शेती नांगरावी, त्यात बीयांची पेरणी करावी, पेरणी केल्यावर पाणी द्यावे, पीक आल्यावर त्याला काटावे, त्याला पिसवून त्यातील धूळ दूर करावी, त्याला फटकून बाकीचे पीक एकत्र करावे. "शाक्य लोक शेतात बी

पेरण्याकरिता 'वप्पमंगल' उत्सव साजरे करीत. ज्यात एक हजार नांगर एकाच वेळी चालवायचे, राजासुद्धा स्वतः नांगर चालवीत असे. यावरून निदर्शनास येते की, कृषी हा त्यावेळचा गौरवास्पद व्यवसाय होता.

उदय ब्राम्हणाला उपदेश करताना बुद्ध म्हणतात की, "कृषक पुन्हा-पुन्हा बी पेरतात, पुन्हा-पुन्हा पाऊस पडतो, पुन्हा-पुन्हा कृषक नांगर चालवितो." कृषी ही विधिवत केली जायची. गहू, जवस इ. पिकांच्या पेरणी करिता कार्तिक, मार्गशीर्षच्या शुक्ल पक्षातील पंचमी, षष्ठी,, सप्तमी या दिवसात पेरणी अधिक चांगली समजली जायची.

1) शेतीची पूर्वतयारीः-

शेतीच्या पूर्वतयारी बाबत गौतम बुद्ध गृहपतींच्या कर्तव्याचे उपदे शकरताना भिक्खुंना म्हणतात की, "भिक्खुंनो! कृषक गृहस्थ नांगरणी करून मातीला नीट करतो, नंतर त्यात बीज टाकतो आणि लवकरात लवकर पाणी देतो व गरज नसताना पाणी देणे थांबवितो. ही तीन कर्तव्ये त्याला पार पाडावी लागतात."

2) बीजः-

चांगले बीज पेरण्याच्या बाबतीत गौतम बुद्ध म्हणतात की, "भिक्खुंनो! जसे धानाचे बीज असो, अंगुराचे बीज असो त्याला ओल्या जमिनीत पेरावे; तो जे काही जमिनीतून रस शोषून घेईल, जे पाणी शोषून घेईल ते माधुर्यासाठी राहणार. असे कशा करिता? भिक्खुंनो ते बीज उत्तम आहे." कृषककाने शेतीकरिता चांगले उत्पादन देणारे बीज पेरायचे.

3) सिंचनाची व्यवस्था:-

पाणी हे शेतीचे मुख्य अंग असते. पाण्याअभावी शेती केलीच जाऊ शकत नाही. प्राचीन काळात सिंचनाचे विविध उपाय दिसून येतात. बुद्ध काळात सिंचनाच्या सोयी फार नव्हत्या, शेती पावसाच्या पाण्यावर विसंबून होती. पाऊस पडला नाही तर सुख-सुविधांचा ऱ्हास व्हायचा.

"मच्छजातकात शास्ता पाऊसाला उद्देशुन म्हणतो की, एके काळी कोशल प्रदेशात पाऊस पडला नाही तर, कृषी वाळली, जिथे तिथे तलाव, पुष्करणी आटले." यावरून समजते की, विहिरी, तलाव, पुष्करणी, सरोवर यासारखे सिंचनाचे साधन उपलब्ध होते. शेतीला पाणी देण्याकरिता मातीच्या मडक्यांचा वापर केला जायचा.

4) पिकांची कापणी आणि मळणी:-

बीज पेरण्याकरिता कृषीला व्यवस्थीत करणे तसेच जमिनीची निवड, सिंचन आणि पीक आल्यावर पिकांची कापणी आणि मळणी इ. कार्य आवश्यक असते. बुद्धाच्या उपदेशात याबाबतीत असे वचन आहे की, "काशी राज्यातील एका गावात दोन मित्र असायचे. ते पाण्याचे तुंबे घेऊन शेतीवर जायचे, पाण्याचे तुंबे एकीकडे ठेवून पिकांच्या कापणी आणि मळणीचे कार्य करायचे आणि तहान लागल्यावर तुंब्यातले पाणी प्यायचे." पिकांची कापणी आणि मळणीचे कार्य लोक अंगमेहनतीने आणि सामुहिक रूपाने करत असत.

पिकाच्याकापणी विषयी बुद्ध भिक्खुंना उपदेश करतात की, "भिक्खुंनो! एखाद्या कृषकाचे धान असो, कृषकाने पिकांची कापणी करावी, पीक एकत्र करावे, पिकाची मळणी करावी, मळणी करताना भुसा वेगळे कारावा. असे केल्याने भिक्खुंनो! त्या कृषकाला पीक लवकर मिळून, सारवान् होतील, शुद्ध होतील."

5) कृषीची सुरक्षा:-

शेतीच्या सुरक्षेचे कार्य महत्त्वाचे असते. 'लक्खनजातकात' कृषीच्या सुरक्षेसंबंधीत एक प्रसंग असा आहे की, 'मगध प्रदेशात शेतीच्या दिवसात पीक उभे झाल्यावर जंगलातील मृगापासून धोका असायचा. मृगांना शेतापासून दूर

ठेवण्याकरिता लोक शेतीच्या आवारात खड्डे खोदत असत. गुलेल वापरायचे, फास लावायचे.” अशाप्रकारे जंगलातील प्राण्यापासून शेतीतील पिकाचे रक्षण केले जायचे.

बुद्धाकालीन पिकांचे प्रकार -

बुद्धकाळात विविध पिके काढली जायची. तसेच फळांचेही उत्पादन केले जायचे.

1) धानाची शेती:-

बुद्धाच्या उपदेशात धानाच्या पेरणीविषयी अनेक उल्लेख आलेले आहेत. बुद्ध भिक्खुंना उपदेश देतो की, धानाचे लोंब चांगले ठेवले नाही तर त्याच्यावर हातपाय पडून रक्त लागते. कपिजातकातील एका प्रसंगानुसार, “एक दिवस धान मळणाऱ्या दासीने उन्हात वाळवत ठेवलेले धान खाणाऱ्या बकरीला जळत्या काठीने मारले.” बुद्ध काळात धानाची शेती मोठ्या प्रमाणात होत असे.

2) जवस:-

धानासोबतच जवसाचे उत्पादन घेतले जात असे.

3) ईख:-

बुद्ध भिक्खुंना उपदेश देतात की, "भिक्खुंनो! जसे ईखाचे बीज असो ते ओल्या मातीत पेरल्याने ते पृथ्वीतील रस ग्रहण करतात.....ते मधूर बनतात." ईखातून तेल काढण्याविषयी बुद्ध उपदेश देतात की, "महाराज! रस काढण्याकरिता ईख कोल्हुमध्ये घालतात."

4) इतर पिके:-

धान, जवस, ईख व्यतिरिक्त उडिद, मुंग, बाजरा, कापूस, गहू, कोदो, तीळ, सरसोच्या शेतीचे उल्लेख आहेत. खाद्यपदार्थात ककुनी, डांगर, कुशंभ, वरक, कुल्थी, वटाण्याचे उत्पादन होत असे.

5) आंबे:-

बुद्ध भिक्खुंना उपदेश देतात की, "भिक्खुंनो! आंबे चार प्रकारचे असतात. कच्चे परंतु पिकल्यासारखे, पिकलेले परंतु कच्चे असल्यासारखे, कच्चे आणि कच्चे असलेले तसेच पिकलेले आणि पिकलेले दिसणारे." मीलिंद प्रश्न या ग्रंथात नागसेन म्हणतात, "व्यक्ती पिकलेले आंबे खाऊन, त्याचे बी पेरले तर एक वृक्ष तयार होईल, त्याला फळे येतील, तेव्हा तोच मनुष्य पुन्हा फळांना खाऊन, बी पेरले तर आणखी वृक्ष तयार

होईल, पुन्हा त्याला फळे येतील. याच क्रमाने अन्ताला कुठेच ज्ञान नाही.”

6) जांभुळ:-

बौद्ध साहित्यात जम्बुद्विपाची जी संकलपना दिसून येते त्याचे नामकरण जांभळापासूनच झालेले आहे. ‘विनयपीटका’तील एका प्रसंगानुसार “काश्यप! मी तुला ज्या जम्बु साठी ‘जम्बुद्विपाला’पाठवले त्या फळापूर्वीच येवून या अग्निशाळेत बसलो आहे. काश्यप ही तीच सुंदर, वर्ण, रस आणि गंधयुक्त जम्बु फळ आहेत.” जांभळाचा रस व माधुर्याचे वर्णन तर आहेच शिवाय जांभळाच्या पानापासून पेय तयार व्हायची.

7) अंगुर:-

अंगुराचे फळ रसयुक्त असून त्याचे पेय तयार केले जायचे.

8) इतर फळे:-

इतर फळांमध्ये मोच (केळ), चोच, फालसा, मोह, पुरसा, ढांक, नारळ, ताड, नीम, आवळे, हर्रे इ. चे उत्पादनात घेतले जयचे.

9) **वृक्ष:-**

बौद्ध साहित्यात साल, तमाल, चन्दन, पिंपळ, पाकर, वड, कच्छक, नील, पहरी असे नाना प्रकारच्या वृक्षांचे वर्णन आहेत. वेळूचा उपयोग सीढी बनविणे, घर बनविणे यासाठी व्हायचा. नागसेन मीलिंदला म्हणतो की, "महाराज केळाचे वृक्ष, वेळूचे वृक्ष हे स्वतःच नष्ट होत असतात ज्याला ते स्वतः निर्माण करतात."

कृषी कार्याकरिता गाय, बैल, उंट, घोडे इ. पशूंचा वापर केल्या जायचा. बुद्ध कृषी कार्याला विशेष सन्मानाने पाहतात. त्यामुळेच आजीविका कृषीच्या माध्यमातून मिळविण्याचा उपदेश करतात. बुद्धकाळात कृषी कार्याशिवाय जोडव्यवसाय म्हणून पशुपालनाचा व्यवसायाचा उल्लेख आहे. पशुपालन करणाऱ्याला "पशुपालक/गोपालक/गोपाल/पशुपाल अशा विविध नावांनी संबोधत असत. लोक लहान मोठ्या प्रमाणात उद्योगही करीत असत.

व्यापार विषयक विचार-

बुद्धकाळात लोक आपली जीविका अर्जित करणे आणि संपत्ती कमविण्याकरिता लहान-मोठ्या प्रमाणात उद्योग, व्यवसाय करीत असत. बुद्धकाळात आंतरदेशी आणि परदेशी व्यापार केला जायचा. अनेक प्रकारचे घडे आणि भांडे जे उपयोगी तर होतेच परंतु कलापुर्ण होते, बुद्धकाळात कुंभार बनवीत असत. धातूचे काम करणाऱ्यास 'कम्मार' म्हणत. लोहकाम करणाऱ्यास 'लोहकार' आणि सुवर्णकारास 'सोण्णकार म्हणत असत.

गौतम बुद्ध व्यवसाय कसा आणि कोणता करावा ते सांगतात. या बाबतीत व्यवसायाचे दोन भागात विभाजन करता येईल.

1) अनुचित व्यवसाय:-

गौतम बुद्धनुसार असे व्यवसाय जे समाजाला हानी पोहचविणारे असतात अनुचित व्यवसाय होत. अनुचित

व्यवसाय कोणते ते सांगताना बुद्ध खालील व्यवसायांचा समावेश करतात.

अ) पशूंची कत्तल करणारे व्यवसाय.

ब) चैनीचे आणि गरज नसणारे व्यवसाय.

क) विषाचा व्यवसाय.

ड) युद्धाची शस्त्रे निर्माण करणारे व्यवसाय.

इ) शकुन-अपशकुन सांगणारे व्यवसाय.

ई) हस्तरेखा विज्ञान सांगणारे व्यवसाय.

2) उचित व्यवसाय:-

गौतम बुद्धनुसार असे व्यवसाय जे समाजाला हानी पोहचविणारे नसतात ते समाजाला उपयोगी असतात ते सर्व व्यवसाय उचित व्यवसाय होत. उचित व्यवसाय मानसिक तणाव निर्माण करीत नाही. रोग्यांची सेवा करण्यासारखे व्यवसाय उचित व्यवसाय होत.

बुद्धकाळात वेगवेगळे व्यवसाय करणारे कौशल्यपूर्ण लोक असत. त्यांना त्यांच्या व्यवसायाच्या माध्यमातून

उपनाम असत. बुद्धकाळात नवीन व्यवसायाचा उदय झालेला होता.

बुद्धकालीन व्यवसाय -

बुद्धकाळात खलील प्रकारचे व्यवसाय चालत असत.-

1) कृषी:-

कृषी करणाऱ्यास 'कर्षक'असे म्हणत. कृषक समाजाचा अभिन्न अंग होते. बहुतेक लोकांची आजीविका कृषीवरच आधारित होती. कृषीवर आधारित इतर अनेक व्यवसाय ही चालत असत.

2) शिल्पकला व्यवसाय:-

बुद्धकाळात शिल्पकलेचा उदय झालेला होता. लाकडापासून पादफलक, भद्रपीठक, भाण्ड निर्माण होत असत. लाकडाचे खेळणे सुद्धा बनविले जायचे.

3) भांडे निर्मिती व्यवसाय:-

कुंभकार मातीची भांडी तयार करीत. भांडी तयार करण्याकरिता चक्क (चाक) यंत्राचा वापर व्हायचा. भांड्यावर रंग-बिरंगी चित्रकारी केली जायची.

4) बागकाम:-

फुलांची शेती करून पाटली, किंशुक, जयसुमन, केतक यासारखे फुलांचे उत्पादन केले जायचे. फुलांच्या माळा तयार करून त्या विकण्याचा व्यवसाय केला जायचा. माला तयार करणाऱ्यास 'मालाकार' आणि फूल, काशिक, चन्दन, अगरू सारखे सुगंधीत वस्तू विकणाऱ्यास गन्धिका म्हणत. गन्धिकांचे व्यवसाय करणाऱ्याची संख्या समाजात मोठ्या प्रमाणात होती.

5) वस्त्र व्यवसाय:-

कापसापासून वस्त्र तयार करणारे 'कुविन्द' म्हणून ओळखले जायचे. क्षौम आणि कापसापासून सूक्ष्म वस्त्र तयार होत असत. काशीचे कोमल वस्त्र (कासिकंच मुद्ववत्थं) विदेशात प्रसिद्ध होते. त्याचे मूल्य 'एकलाख कहापण'पर्यंत असायचे. गन्धार आणि कोटुम्बर जनपद बहुमूल्य उनीवस्त्रांकरिता प्रसिद्ध होते.

बुद्ध अगुत्तरनिकायात म्हणतात की, ''भिक्खुंनो! काशीचे नवीन वस्त्र फार सुंदर आहे. काशीचे वस्त्र रत्नजडित आहेत.'' बुद्ध स्वतः विषयी सांगताना म्हणतात की, ''भिक्खुंनो! जेव्हा मी कुमार होतो तेव्हा माझी पगडी, निवसन (वापरायचे वस्त्र) आणि उत्तारखन्ड (चादर) काशीचे असायचे.'' काशीचे रेशीमही

प्रसिद्ध होते. स्त्रिया काशीचे रेशमी वस्त्र वापरायला उत्सुक असायच्या.

वस्त्र निर्मिती करिता सोन्याचा सुद्धा वापर व्हायचा. राजाची पगडी सुवर्णजडीत वस्त्राची असायची. मोठ्या धाग्यांची आसने, चित्रीत वस्त्रे, फूलदार वस्त्रे, लम्बी दरी, रथांचे साज, मृगाच्या चामड्याची आसने इ. वस्तू पूर्ण कलात्मकतेने तयार व्हायच्या. पाचशे मूल्यापर्यंतचे क्षौम-मिश्रित चादरी तयार व्हायच्या.

कापड विकणाऱ्या व्यापाऱ्यास 'दुस्सिक' म्हणत. सूक्ष्म सूत कातण्याची कला लोकांना अवगत होती. कपड्यांना रंग देण्याचे काम सुद्धा केले जायचे. विनय-पिटकात भिक्खुंचे चिवर रंगविण्यासबंधी जे निर्देश आहेत त्यावरून लक्षात येते की, कपडे रंगविण्याची कला अत्यंतउच्च दर्जाची होती.

6) धातू उद्योग:-

धातूचे काम करणाऱ्यास 'कम्मार' तसेच 'सोण्णकार' संबोधले जायचे. बुद्धकाळात आभूषण बनविण्याची कला अवगत होती. अनेक प्रकारचे आभूषण हत्थत्थरण, (बांगडी) मुद्दिका, (मुद्रिका) माला, कुण्डल, मेखला, सुवर्णमाला तयार केली जायची. सुवर्णाचे आभूषण रत्नांनी जडीत असायचे.

तांबे, कासे आणि लोहासारख्या धातूंचे भांडे बनवित असत. कृषीची अवजारे लोहाची असायची. बारीक नक्षिकामाकरिता धातूचा वापर केला जायचा. 'जातककथे'तील एका वर्णनानुसार एक कुशल लोहार वारानशीच्या बाजारात आपली सुई विकताना म्हणतो की, "कोण आहे जो ही सुई विकत घेणार."

7) मत्सव्यवसाय:-

बुद्धकाळात मासे पकडण्याचा व्यवसाय केला जायचा. अनेक जातींचे मासे पकडले जायचे त्यात रोहित, नलपी, संतवडक, अलिगगार, पाठी, काकमच्छ, संकुल, संबक, सिंगी इ. चा समावेश होता.

8) चिकित्सा व्यवसाय:-

चिकित्सा व्यवसाय करणारे वृक्षाच्या जड-मुळापासून औषध तयार करून लोकांवर उपचार करायचे आणि प्राप्त धनातून जीविका चालवायचे. हे चिकित्सक सापाच्या विषावर सुद्धा औषध द्यायचे.

9) इतर व्यवसाय:-

बुद्धकाळात वेश्याव्यवसाय करणाऱ्या स्त्रिया ज्या स्त्रीयत्व विकून जीविका करायच्या, हस्तीदंताचा व्यवसाय असे एकूण 25 प्रकारचे व्यवसाय आणि शिल्पकारी अस्तित्वात होती.

1. हत्थारोहा - हत्तीच्या सवारीचा व्यवसाय करणारे.

2. अस्सारोहा - अश्वरोही.

3. रथिका - रथ चालविणारे.

4. धनुग्गहा - धनुष्य चालविणारे.

5.- 13 चेलका....थोधिनो - युद्धाचे काम करणारे.

14 दासकपुत्ता - दास लोक.

15. अलारिका - जेवण तयार करणारे.

16. कप्पका - केस कापणारे.

17. नहापका - स्नान करून देणारे.

18. सुदा - हलवाई.

19. मालाकारा - फुलांची माला बनविणारे.

20. रजका - धोबी.

21. पेसकारा - रंगकाम करणारे.

22. नलकारा - वेळूपासून वस्तू बनविणारे.

23. कुम्भकारा - कुम्भार.

2.4 गणका - हिसाब-किताब करणारे.

25. मुदिदका - मुनीम.

वरील सर्व पेशे बुद्धकाळात प्रसिद्ध होते.

व्यापाराचे प्रकार -

बुद्धकाळात देशी आणि विदेशी स्वरूपाचा व्यापार होत असे.

1) स्थलमार्गाने होणारा व्यापार:-

बुद्धकाळात स्थल मार्गाने जास्तीत जास्त व्यापार होत असे. 'अपण्णकजातकात' 500 गाड्या माल व्यापाराकरिता पूर्व देशातून अपरान्त देशापर्यंत नेण्याचा उल्लेख आहे. 60 योजन एवढा लांब प्रवास व्यापाराकरिता करीत असत. तीळ, धान, खाद्य सामग्रीचा व्यपार होत असे. बाजारात वस्तूचे मूल्य निर्धारित करण्याकरिता 'अर्थकारक' होते. वस्तूचे मूल्य घोडा, हत्ती, सुवर्ण इ. मध्ये मोजले जायचे.

व्यापारी वर्ग जंगलातील रक्षकांना सुवर्ण देऊन जंगलातून प्रवास करायचे. आपसात मिळून संघटीत व्यापार करीत असत. व्यापाराकरिता रथ, बैल, उंटाचा वापर करीत. पाच-पाचशे व्यापारी एकाचवेळी समुहाने व्यापार करायचे, त्यांना

'सत्थवाह' म्हणत. बुद्धकाळात श्रावस्ती, काशी, राजगृह नगरे व्यापाराची मुख्य केंद्रे होती. अनाथपिंडक त्यावेळी सर्वात मोठा धनी व्यक्ती होता. बुद्धकाळात व्यापाराकरिता मुख्यतः तीन राजमार्गांचा वापर केला जायचा. 1) मगधची राजधानी राजगृहापासून ते गन्धारची राजधनी तक्षशिला पर्यंत. 2) राजगृहापासून श्रावस्तीपर्यंत. 3) दक्षिणापथ, उत्तर भारत ते दक्षिण भारत पर्यंत.

2) जलमार्गाने होणारा व्यापार:-

बुद्धकाळात जलमार्गाने व्यापार करणे कष्टदायक स्वरूपाचे होते. सहा-सहा महिन्याच्या कालावधीचा लांब प्रवास होत असे. भारतीय व्यापारी फारशची खाडी पार करून बेबीलान पर्यंत व्यापाराकरिता जात असत. भरूकच्छचे व्यापारी संपूर्ण पश्चिम आणि पूर्व समुद्रतटी प्रवास करून 'सुवण्णभूमीला'(दक्षिण बर्मा) पोहचायचे. बुद्धकाळात भारताचा जलमार्गाने विविध देशांशी व्यापार होत असे. त्यात पूर्वेकडील काल-मुख, (अराकान) सुवण्णभुमी, (दक्षिण बर्मा) वेसुंग, वेरापथ, तल्लोक, तमलि, चीन मलय प्रायद्वीप बेबीलान इ. देशांचा समावेश होत असे.

'दिशेचे ज्ञान होण्याकरिता नाविक लोक दिसाकाका (कावळे) सोबत न्यायचे. त्यांच्या सुद्धा दिशा शोधण्याकरिता वापर

व्हायचा. जलमार्गाने व्यापार करणाऱ्यास 'जलपथ-कम्मिका' संबोधित असत. तर जलमार्गाने होणाऱ्या व्यापारावर नियंत्रण ठेवण्याकरिता 'जल-निय्यामक' अधिकारी असत.

चलन आणि वजन माप-

चलन-

बुद्धकाळात चलन-प्रणाली प्रचलित होती. अठ्ठकथेनुसार "राजगृहात एक कहापण 20 मासकाएवढा होता आणि एक पाद पाच मासकाएवढा होता." म्हणजेच एक कहापणाचा चतुर्थ भाग पाद होय. पाच मासकाचा एक पाद आणि चार पादचा एक कहापण होत असे.

बैलाची एक जोडी चोवीस कहापणाला मिळायची. एक गधा आठ कहापणाला मिळायचा. गवताचा एक गठ्ठा एक मासक आणि एका श्रमिकाची एक दिवसाची मजुरी एक मासक किंवा अर्धामासक होती. तांबे, लोह, रजत आणि सुवर्णाच्या मुद्रा प्रचलित होत्या. सुवर्णमुद्रेला हिरण्य म्हणत, सर्वात मोठा सुवर्णसिक्का 25 धरण म्हणजेच 10 औंसाचा होता. बुद्धाच्या उपदेशातून कहापण आणि मासकांचे वारंवार उल्लेख आलेले आहे.

वजन आणि माप -

बुद्धकाळात खाद्यान्न मोजण्याकरिता 'नाली' हे लोकप्रिय माप होते. नालीचे वजन 1½ पल एवढा होता. खाद्यान्न मोजण्याचा लहान माप 'पत्थ' होता. बुद्धकाळात मोजमापाकरिता इतरही साधने होती त्यात दोण, तुम्ब, अम्मण यांचा समावेश होतो. बुद्ध उपदेशात नाली आणि दोण यांचा उल्लेख आलेलाच आहे.

लांबी आणि दुरीचे मोजमाप बुद्धकाळात अंगुल, विदट्ठि, यट्ठि, कुक्कु, हत्थ, उसभ, धनू, गावुत, आणि योजनाद्वारे मोजले जायचे. 'अभिधानप्पदीपिका' नुसार 7 अंगुल = 1 रतन, 7 रतन = 1 यट्ठि, 20 यट्ठि = 1 उसभ , 80 उसभ = 1 गावुत, 4 गावुत = 1 योजन, 1 योजन = 8 मैल अंतर.

बुद्धकाळात अधर्मापेक्षा धर्माने जीविका कमविण्यावर भर होता. समाजातील लोक धर्माच्या माध्यमातून धनलाभ करायचे. त्यावेळीही गरीब आणि श्रीमंत असे दोन पक्ष होते परंतु आर्थिक जीवनात ईमानदारी कमी नव्हती.

श्रम विषयक विचार-

बुद्धकालीन भारत हा समृद्धशाली होता. बुद्धकाळात लोकांनी श्रमाचे महत्त्व जानले होते किंबहुना बुद्धानी ते पटवून दिले होते. देशाची आर्थिक समृद्धी केवळ उत्पादनावर नाही तर मनाच्या शुद्धतेवर व एकाग्रतेवर अवलंबून असते. मन एकाग्र नसेल तर चांगल्या दर्जाची उत्पादन निर्मिती अधिक शक्य नसते. उत्पादनासबंधी बुद्धाचा कठोर आदेश आणि निर्देश असा आहे की, "कोणी व्यक्ती जर काहीच श्रम न करता राष्ट्राचे अन्न खत असेल तर तो लोहाचा तप्त गोळा खातो असे त्याने समजावे."

गौतम बुद्ध श्रमप्रतिष्ठेचे कसे पुरस्कर्ते होते हे सांगणारे एक उदाहरण म्हणजे, "एकनाला येथील काशी भारतद्वाज आपले शेत नांगरत असताना बुद्ध चारिका करीत तेथे पोहचले. काशी भारतद्वाज तेव्हा आपल्या मजुरांना भोजन देत होता, काशी भारतद्वाज बुद्धाला म्हणाला मी जमिनीची नांगरणी, वखरणी, पेरणी करून जेवतो तू सुद्धा काही श्रम करून मगच जेवावे. बुद्ध काशी भारतद्वाजाला म्हणाले मी

सुद्धा शेती करतो परंतु ती वेगळ्या प्रकारची आणि बुद्ध त्याला उपदेश करतात. बुद्धाच्या उपदेशाने प्रभावीत होवून काशी भारतद्वाज बुद्धाला एक काश्याचे भांडे भरून खीर देतो. परंतु बुद्ध ते नाकारतात व म्हणतात "निव्वळ शाब्दिक उपदेशाने उपजीविका करणे योग्य नाही, प्रज्ञावंत अशा अन्नावर जगत नाही." यावरून बुद्धालाही श्रमाचे महत्व कसे होते हे आपणास समजते.

बुद्धाने आचरणाविषयी जे उपदेष केलेत त्यात त्यांनी मालक व नोकर यांचे संबंध कसे असावेत याबद्दल सांगितले आहे.

अ) मालकाची नोकराविषयीची आचारसंहिताः-

1) नोकरांच्या क्षमतेला झेपेल, त्यांना पार पाडता येईल तेवढीच कामे सोपवावित.

2) नोकरांच्या भोजनाची व योग्य मजुरीची सोय कारवी.

3) नोकरांच्या आजारपणात योग्य ती काळजी घ्यावी. औषधाची सोय करावी.

4) स्वादिष्ट, विशेष प्रकारचे खाद्यपदार्थ मिळाल्यास किंवा तसे तयार केल्यास त्यातून काही हिस्सा नोकरांना द्यावा.

5) आवश्यक त्या योग्य वेळी नोकरांना रजा द्यावी.

ब) नोकराची मालकाविषयीची आचारसंहिता:-

1) ते मालकाच्या झोपून उठण्यापूर्वींच झोपून उठत असतात.

2) ते मालकाच्या झोपी गेल्यावरच झोपायला जात असतात.

3) त्यांना जे काही दिले जाईल ते घेत असतात, फसवेगिरी करीत नाही.

4) त्यांना सोपवून दिलेले कामकाज प्रमाणिकपणे कर्तव्य म्हणून पार पाडतात.

5) ते आपल्या मालकाची चांगली कीर्ती पसरवितात, मालकांना ईमानदार असतात.

वरील आचारसंहितेतून बुद्धाला श्रमाचे किती महत्त्व होते आणि श्रमिकांचे हित याबाबद कल्पना येते.

संपत्ती दान विषयक विचार-

दानाचा शाब्दिक अर्थ 'देणे' असा आहे. दान म्हणजे श्रद्धाभावनेने व यथाशक्ती आपल्याजवळील काही प्रमाणात गरजुंना ज्या वस्तू किंवा संपत्ती दिल्या जातात त्यास दान म्हणतात. 'दिघनिकायात' दानाचे चार प्रकाराचे वर्णन दिसून येते.

1) सत्कृत्य दानं - चांगल्या तऱ्हेने केलेले दान.

2) स्वहस्त दानं - स्वतःच्या हाताने दान करणे.

3) चित्तीकृत दानं - मनःपूर्वक दिलेले दान.

4) अनपविद्ध दानं - अखंडित दान.

अगुत्तर निकायात दानाचे विविध प्रकाराचे वर्णन आलेले दिसून येते.

1) असंगदानं - अनासक्तीचे दान.

2) भयादानं - भयमुक्त दान.

3) आदसि मे ति दानं - अदृष्य दान.

4) दस्सति मे ति दानं - दृष्य दान.

5) साहुदानं - चांगले दान.

6) सद्धाय दानं - श्रद्धापूर्वक दान.

7) सक्कच्व दानं - सावधानपूर्वक दिलेले दान.

8) सुचिदानं - पवित्र दान.

9) पणीत दानं - प्रणीत दान.

10) कालेन दानं - वेळेवर केलेले दान.

11) वचेय्य दानं - निवडून दिलेले दान.

12) अभिव्ह दानं - रोज दिलेले दान.

13) दत्वा अत्तमनो होति - दिल्यावर संतुष्टी मिळणारे दान.

गौतम बुद्धानुसार विविध अंगांनी दान देत असताना विवेक व प्रज्ञा बुद्धी जागृत असावी. केवळ दान देण्याकरिता म्हणून दान देणे महत्त्वाचे नसते. दान स्वीकारणाऱ्याच्या गरजा कोणत्या, कोणते दान योग्य याचा प्रज्ञा बुद्धीने विचार करून दान करावे.

गौतम बुद्ध दान करणाऱ्याने कोणती काळजी घ्यावी ह्याविषयी खालील प्रमाणे उपदेश करतात.

1) श्रेष्ठ व्यक्तीस दान करतेवेळी सन्मानपूर्वक, आदर व पूज्य भावनेने दान द्यावे.

2) दान कोणत्याही लोभ आणि प्रलोभनाने प्रेरित नसावे.

3) दान करताना स्वीकारणाऱ्याला आनंद व सुख मिळाले पाहिजे.

4) गरजेच्या वेळीच दान करावे.

5) दानात ह्या वस्तू नसाव्यात. -

   अ) शस्त्र व प्राणघातक औजार.

   ब) मादक द्रव्ये.

   क) अनुपयोगी वस्तू.

   ड) पाळीव जनावरे.

6) कंटाळून किंवा त्रासून दान देऊ नये.

7) दान करतांना आर्थिक नुकसान होत असेल अशी मनःस्थिती नसावी.

दान ह्या सत्कर्माविषयी गौतम बुद्ध विशाखाला उपदेश करताना म्हणाले की, "जे दानास पात्र आहेत त्यांना दान करणे हे सुपिक मातीत बीज पेरण्यासारखे आहे. उलट जे राग-लोभादी मनोविकाराच्या अधिन आहेत त्यांना दान करणे अयोग्य भूमीत बीज पेरण्यासारखे आहे." दानाचा स्वीकार करणाऱ्याचे मनोविकार गुण विकासास कुंठित करून टाकतात, श्रद्धायुक्त मनाने आणि निस्वार्थी वृत्तीने जे काही दान देईल ते दान दिव्य दुःखनाशक आणि सुखकारक ठरेल.

दक्खिणाविभंग सुत्तात बुद्ध म्हणतात -

"यो सीलवा दुस्सिलेसु ददाति दानं,

धम्मेन लध्देन सुपसन्न चित्तो.

अभिसध्दाहं कम्मफलेनं उल्लारं,

सा दक्खिना दायकतो विसुज्झति."

म्हणजेच- दान देणारा व्यक्ती सद्गुणी आणि सदाचारी असेल, तो कुशल कार्यावर पूर्ण श्रद्धा ठेवून आपल्या शुभकार्यावर विश्वास ठेवून दुर्गुणी व्यक्तीला जरी दान देत असेल तरी दान देणाऱ्याला कुशल कार्याचा लाभ होतो.

तथागत बुद्धाच्या काळात त्यांच्या भिक्खु संघास अनेक श्रद्धावान उपासक, उपासिकेंनी दान दिलेले आहे. त्यात -

1) अनाथपिंडक:-

अनाथपिंडकाने करोडो सुवर्णमुद्रा खर्च करून जेतवनात अतिविशाल विहार बांधून भिक्खु संघास दान दिले.

2) विशाखा:-

मिगारमाता विशाखा भिक्खु संघास दर वर्षी चिवर दान करीत असे. तसेच जेतवनात 'पूर्वाराम' विहार बांधून भिक्खु संघास दान दिले.

3) आम्रपाली:-

आम्रपाली एक गणिका होती. भिक्खु संघाला भोजनास आमंत्रीत करून 'आम्रवन' भिक्खु संघास दान केले.

4) राजा बिंबिसार:-

राजा बिंबिसार राजगृह नगराचा नरेश होता. राजा बिंबिसाराने 'वेळूवन उद्यान' भिक्खु संघास दान केले.

5) जीवक:-

जीवक शल्यचिकित्सक होता. त्याने 'आम्रवन उद्यान' भिक्खु संघास दान केले.

बुद्धकाळात विहाराचे दान तसेच जमिनीचे दान हे श्रेष्ठ दान होते. मानवी जीवनात दान करणे हे उच्चतम कर्म समजले जाते म्हणूनच दानाला दानधर्म म्हटले जाते. मानसाच्या अंगी सुप्तपणे वाढत चाललेला लोभ हा विकार दान केल्यामुळे नाहीसा होत असतो.

भूख व दारिद्य विषयक विचार-

गौतम बुद्धाने समाजजीवनाचे अगदी जवळून निरीक्षण केले. त्यात त्यांनी पाहिले की, माणूस पशूंचीच नव्हे तर मानवाशीही अमानवीय वर्तन करतो. पोटापाण्याचा प्रश्न हा नेहमीच प्रत्येक मानसापुढे आ-वासून उभा असतो. भुकेलेल्या मनुष्यास धम्माविषयी काय जाणीव होणार म्हणून बुद्धानी भुकेस सर्वात मोठा रोग मानले आहे.

भूख विषयक विचार -

"एक दिवस आलविस गावी एका शेतकऱ्याचा बैल हरविला. खूप शोध घेतल्यावर त्याला बैल सापडला. त्याने त्या बैलास घरी बांधून ठेवले व काहीच न खाता-पिता तो शेतकरी गौतम बुद्धाचा उपदेश ऐकण्यास गेला. परंतु पोटात भुकेने थैमान घातले असताना उपदेशाकडे त्याचे लक्ष लागेना. बुद्धाने ते जानले व एका भिक्खुला त्या माणसाला भोजन देण्यास सांगितले. भोजनानंतर त्या माणसाने शांतचित्ताने धम्मश्रवण केले."

'खुद्दकपाठा'तही गौतम बुद्धाने मानवी जीवनामध्ये भोजनास महत्त्व दिले आहे. सर्व प्राणिमात्र जीवितासाठी भोजनावरच अवलंबून असतात. बुद्ध म्हणतात की, "ज्याच्या शारीरिक बळाचा ऱ्हास होतो, जो भूख आणि तहानेने परेशान आहे अशा व्यक्तींना नवीन ज्ञान प्राप्त होत नाही." अन्न ही प्राथमिक गरज कमविण्याकरिता स्वतःच्या उपजीविकेचे काही ना काही साधन असणे गरजेचे असते.

दारिद्‌य विषयक विचार -

दारिद्‌यात धन्यता मानावी असे बुद्धाने कधीही म्हटले नाही. दारिद्‌य हे जीवनाचे सौभाग्य आहे आणि दारिद्रींना तुम्ही पृथ्वीचे उत्तराधिकारी व्हाल असेही म्हटले नाही. याविपरीत ऐश्वर्य संपन्न व्हा असेच म्हटले आहे. जीवनात दारिद्‌यता आणि कर्ज सर्वात मोठे दुःख होय असे बुद्ध म्हणतात. बुद्धाचा आग्रह होता की धनसंपदा प्राप्तीचे प्रयत्न हे विनयशासीत असले पाहिजेत.

विषमतायुक्त समाजाचा बुद्धाने निषेध केला व प्रत्येकाने काही ना काही उद्योग करून आपले दारिद्‌य घालवावे असे सांगितले. बुद्ध म्हणतात आळस हा दारिद्‌याचे सर्वात मोठे कारण होय. दारिद्‌याचे आणखी एक कारण म्हणजे धनाचा योग्य तऱ्हेने वापर न करने होय. आपल्या मिळकतीचा काही

भाग संकट काळाकरिता संग्रहीत करावा त्यामुळे ऐनवेळी कर्ज काढावे लागणार नाही, असे बुद्ध सांगतात.

अनाथपिंडक जेव्हा बुद्धाला प्रश्न विचारतात की, "कृपया सांगावे की कोणती गोष्ट गृहस्थाला अनुकूल आणि ती प्राप्त करणे कठीन आहे. गौतम बुद्ध यावर उत्तर देताना सांगतात की, अशा गोष्टीत न्यायपूर्वक धन प्राप्त करणे पहिली गोष्ट होय. दुसरी गोष्ट म्हणजे त्याच्या नातेवाईकाने सुद्धा न्यायपूर्वक धन प्राप्त करणे होय."

विषम व्यवस्थेवर उपाय म्हणून बुद्धाने 'सार्वजनिकस्वामीत्व'ह्या संकल्पनेवर भर दिला. बुद्धाने सर्वसामान्य माणसाला समजेल अशी सोपी भाषा व व्यवहारिक उदाहरणे देवून आपले तत्त्व मांडले आहे. बुद्धाचे समाजोपयोगी विचार निव्वळ वाचून किंवा ऐकून काहीच होणार नाही तर ते प्रत्यक्ष आचरणात आणले तर त्यांची योग्यता सिद्ध होईल.

समाजवाद-

बुद्धाने वेद आणि ब्राम्हणे यांच्या तत्त्वज्ञानाला तीव्र विरोध केला होता. बुद्धाने वेदाचा विरोध केला कारण वेद वाळवंटासारखे ओसाड आहे. वेदामुळे सामाजिक मूल्ये निर्माण होण्यास बाधा येते. बुद्धाच्या मते विचार स्वातंत्र्य ही सर्वात महत्त्वाची बाब आहे. आणि सत्य शोधून काढण्याचा विचार स्वातंत्र्य हा एकमेव मार्ग आहे. त्यामुळे वेद हे अपौरुषेय आहेत, असे मानणे याचा अर्थ विचार स्वातंत्र्याला संपूर्ण नकार देणे होय.

ब्राम्हणी समाजरचना बुद्धाला नैसर्गिक वाटली नाही. ती विशिष्ट समाजाचे हित बाळगणारी होती. बुद्धाला मुक्त आणि स्वतंत्र समाजव्यवस्था अभिप्रेत होती. ब्राम्हणी समाजरचनेत विषमता ही वर्गवार विषमता होती. त्यात चढत्याप्रमाणात द्वेश आणि उतरत्या प्रमाणात तिरस्कार होता. बुद्धाने कोणत्याही काल्पनिक, दैवी, आत्मा, पुनर्जन्म या गोष्टीना प्राधान्य न देता वास्तविकता, सत्य, सामाजिक समता, विचारस्वातंत्र्य, सर्वांचे हित इ. गोष्टीना महत्त्व दिले.

विषम समाजव्यवस्थेस विरोध करीत असतानाच बुद्धाने नवसमाजरचनेची कल्पना मांडली. नवीन समाजाबाबतची त्यांची कल्पना ही समाजाच्या सर्व स्तरातील लोकांच्या हिताची होती. एक असा नवा समाज ज्यात कुठेही दुःख वा अन्याय नाही; जेथे स्वातंत्र्य, समता व बंधुता मूल्याची जोपासना; ज्यात सदाचार, सहयोग व सद्भावना परस्परात प्रेम वाढवील. बुद्धाच्या संघात गरीब-श्रीमंत, स्त्री-पुरुष, ब्राम्हण-शूद्र असा भेदभाव नव्हता. तेथे हुकूमशाही नावाची राज्यव्यवस्थाही नव्हती. सर्वानुमते निर्णयास प्राधान्य होते.

सामाजिक भेद किंवा विमषतेने उत्पन्न झालेले निर्बंध नाहीसे केले पाहिजे असे बुद्धाचे मत होते. त्याकरिता बुद्धाने खालील उपदेश केला.

1) माणसा-माणसात भेद करू नये:-

उच्च कुळात जन्म घेण्यापेक्षा उच्च आदर्श असणे महत्त्वाचे असते. बुद्धाचा उपदेश होता की, ”जसे दुसरे तसाच मी! जसे आम्ही तसेच दुसरे! या विचाराने दुसऱ्यांशी एकरूप व्हा.“ जाती, विषमता, उच्चता, कनिष्ठता हे भेदभाव करू नये, सर्व सारखेच आहेत.

2) कर्मावरून मोठेपण ठरवावे:-

चातुर्वण्यामध्ये व्यक्तीचे मोठेपण जीतीतील जन्मावरून ठरते. बुद्धाने ह्या तत्त्वाला विरोध केला. बुद्ध उपदेश करतात की, माणसाचे मोठेपण हे त्याच्या जन्मावरून ठरवता कामा नये. तर ती व्यक्ती कसे कार्य करते, त्या कार्यावरून ती व्यक्ती लहान की मोठी हे ठरवायला पाहिजे.

3) समता निर्माण करणे:-

बुद्ध म्हणतात, विषमता हा स्वाभाविक नियम मानला तर दुबळ्यांना जीवन जगणे कठीन होईल. बुद्ध उपदेश करतात की, "जो धर्म स्वतःच्या सुखाबरोबर दुसऱ्यांच्याही सुखाची वाढ करण्याचा आणि कोणताही अत्याचार सहन न करण्याचा उपदेश करतो तो श्रेष्ठतम धर्म नव्हे

काय?" अशाप्रकारे बुद्धाने आपल्या धम्माद्वारे सामाजिक समता, स्वातंत्र्य आणि न्यायाचा पुरस्कार केला.

अशाप्रकारे समाजहीत जोपासणारे, सामाजिक समता, स्वातंत्र्य आणि न्यायाचा पुरस्कार करणारे बुद्ध हे जगातील पहिले समाजवादी, समातवादी विचारवंत होते. बुद्धाच्या वैचारिक क्रांतीला इतिहासात तोड नाही.

Bibliography

उपाध्याय भरतसिंह(1991),- बुद्धकालीन भारतीय भूगोल, हिन्दी साहित्य सम्मेलन, प्रयाग.

कौसल्यायन भदन्त आनन्द(1997), - भगवान बुद्ध और उनका धर्म, बुद्धभूमि प्रकाशन, नागपुर.

बोधी भदन्त राहुल(1997), -आदर्श बौद्धांची आचारसंहीता, भिक्खु संघाचे युनायटेड बुद्धिस्ट मिशन,मुंबई.

घोडेस्वार देवीदास (2005), - बुद्ध आणि त्यांचा धम्म, बुद्ध आणि त्यांचा धम्म सोसायटी ऑफ इंडिया,समता सैनिक दल, नागपूर.

सिंह परमानंद (1996), - बौद्ध साहित्य मे भारतीय समाज, हलधर प्रकाशन, वाराणसी.

डांगे वंदना (2005), - भगवान बुद्धाचे आर्थिक जीवनाबद्दल विचार, लघुशोध प्रबंध. नागपूर.

सोनवणे आर. एस. (1995),- धम्मनिनाद, सुगावा प्रकाशन पुणे.

मेधंकर भदन्त सावंगी (1992),- पालि वाङःमय मे बोधिसत्व सिद्धांत, बुद्ध भुमि प्रकाशन नागपूर.

आगलावे प्रदीप(2001) - समाजशास्त्रज्ञ डॉ. आंबेडकर, सुगावा प्रकाशन, पुणे.

बागडे रक्षित मदन(2018),- डॉ.आंबेडकरांच्या आर्थिक चिंतनावर बुद्ध तत्वज्ञानाचा प्रभाव,लोटस ॲन्ड कोब्रा पब्लिशिंग हाउस,लष्करीबाग नागपुर ISBN 978-93-87250-25-3

www.ingramcontent.com/pod-product-compliance
Lightning Source LLC
La Vergne TN
LVHW050421160726
843469LV00041B/1172